Impressum
Verlag: BABADADA GmbH, Nedderfeld 112 , 22529 Hamburg
Geschäftsführer / Verlagsleitung: Harald Hof
Druck: Books on Demand GmbH, In de Tarpen 42, 22848 Norderstedt

Imprint
Publisher: BABADADA GmbH, Nedderfeld 112 , 22529 Hamburg, Germany
Managing Director / Publishing direction: Harald Hof
Print: Books on Demand GmbH, In de Tarpen 42, 22848 Norderstedt

sajili
klasseværelse

kugawanya
dividere

186/2

ubao
tavle

mwalimu
lærer

karatasi
papir

kuandika
skrive

kalamu
pen

dawati
skrivebord

rula
lineal

kitabu
bog

mwanafunzi
elev

mkoba

skoletaske

kikasha cha penseli

penalhus

penseli

blyant

kichonga penseli

blyantspidser

mpira

viskelæder

pedi ya kuchora

tegneblok

uchoraji

tegning

brashi ya rangi

pensel

sanduku la rangi

æske med vandfarver

mkasi

saks

gundi

lim

daftari

opgavehefte

kazi ya nyumbani

lektie

nambari

tal

jumlisha

addere

ondoa

subtrahere

zidisha

multiplicere

kokotoa

regne

barua

bogstav

alfabeti

alfabet

neno

ord

maandishi

tekst

kusoma

læse

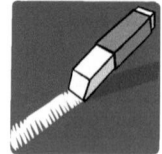

chaki

kridt

somo

time

sajili

klasseprotokol

uchunguzi

eksamen

cheti

karakterbog

sare za shule

skoleuniform

elimu

uddannelse

elezo

leksikon

chuo kikuu

universitet

darubini

mikroskop

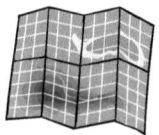

ramani

kort

kikapu cha kuweka karatasi chafu

papirkurv

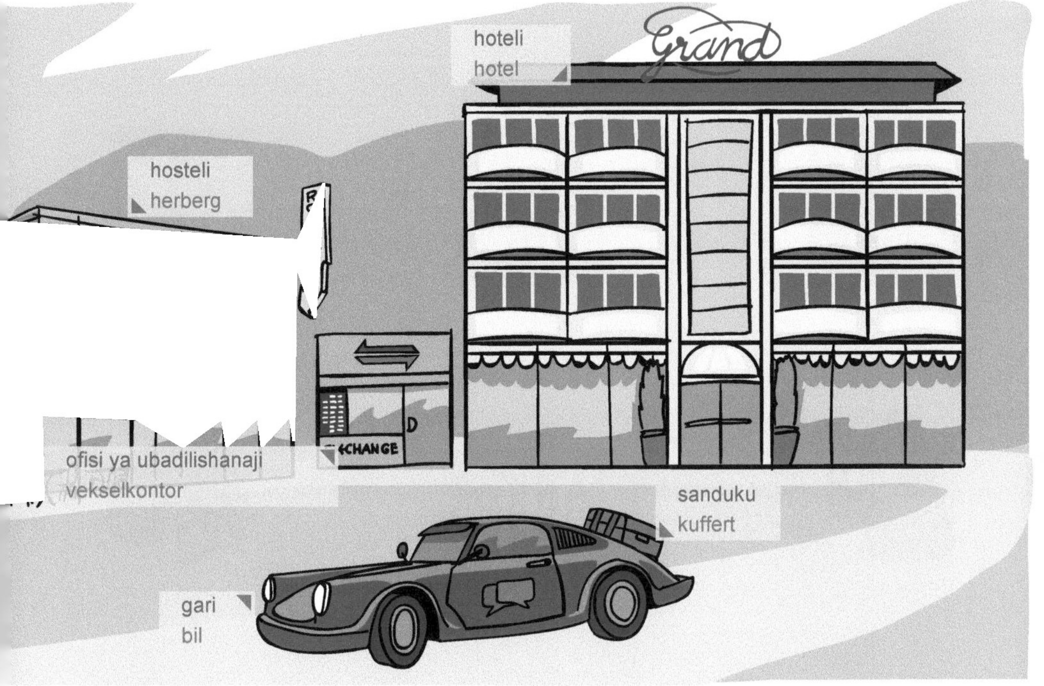
hoteli
hotel
Grand
hosteli
herberg
EXCHANGE
ofisi ya ubadilishanaji
vekselkontor
sanduku
kuffert
gari
bil

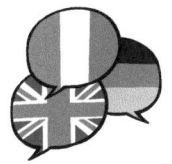

lugha
sprog

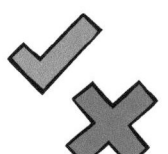

ndiyo / la
ja / nej

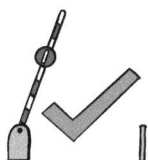

sawa
okay

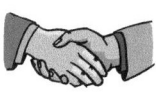

hujambo
hej

mtafsiri
oversætter

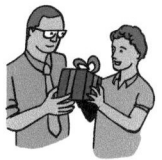

Asante
tak

kiasi gani ni ...?

hvad koster...?

Sielewi

Jeg forstår ikke

tatizo

problem

Jioni njema!

God aften!

Habari za asubuhi!

God morgen!

Usiku mwema!

God nat!

kwa heri

farvel

mwelekeo

retning

mizigo

bagage

mfuko

taske

shanta

rygsæk

mgeni

gæst

chumba

værelse

begi la kulalia

sovepose

hema

telt

taarifa ya utalii
turistinformation

ufuo
strand

kadi
kreditkort

kifunguakinywa
morgenmad

chakula cha mchana
middagsmad

chakula cha jioni
aftensmad

tiketi
billet

kuinua
elevator

muhuri
frimærke

mpaka
grænse

mila
told

ubalozi
ambassade

visa
visum

pasipoti
pas

transport

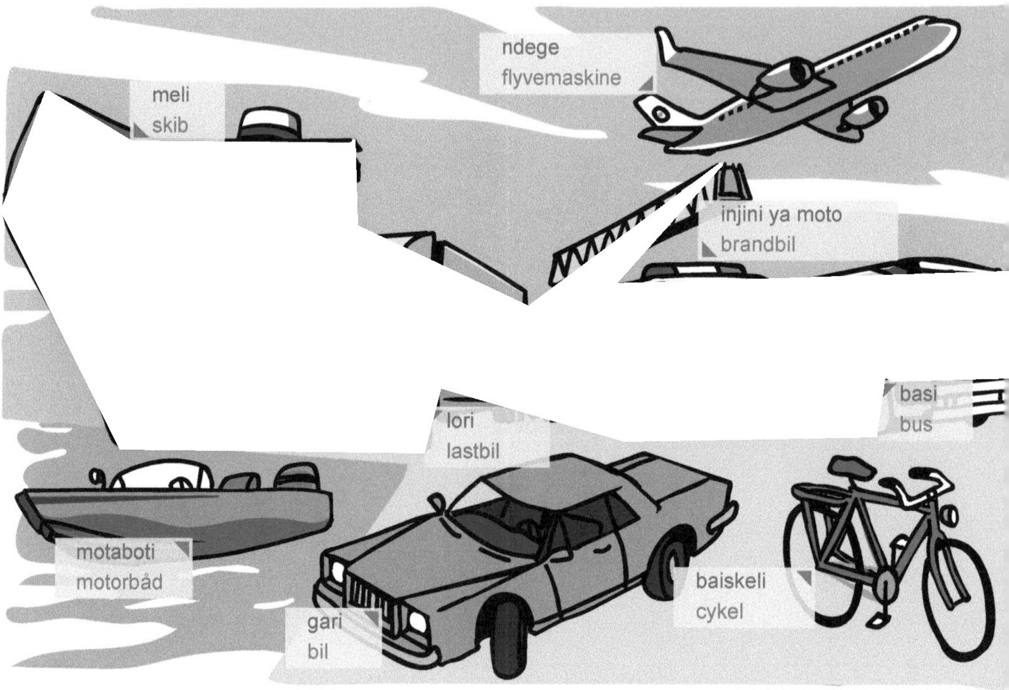
ndege
flyvemaskine
meli
skib
injini ya moto
brandbil
basi
bus
lori
lastbil
motaboti
motorbåd
baiskeli
cykel
gari
bil

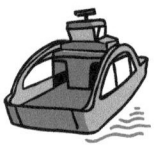

feri
færge

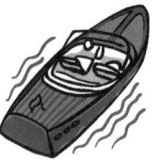

mashua
båd

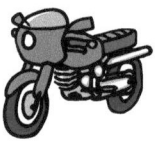

pikipiki
motorcykel

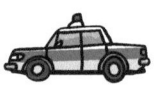

gari la polisi
politibil

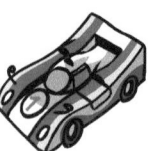

gari la mashindano
racerbil

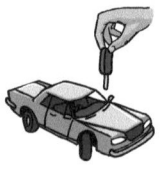

gari la kukodisha
lejebil

kushiriki gari

samkørsel

lori la kuvuta

kranbil

ukusanyaji taka

skraldebil

motor

motor

mafuta

benzin

kituo cha mafuta

tankstation

ishara trafiki

trafikskilt

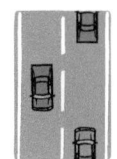

trafiki

trafik

msongamano

trafikprop

maegesho

parkeringsplads

kituo cha treni

banegård

reli

skinner

garimoshi

tog

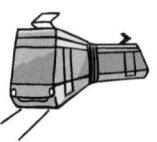

tremu

sporvogn

gari la mizigo

wagon

helikopta
helikopter

uwanja wa ndege
lufthavn

mnara
tårn

abiria
passager

chombo
container

katoni
karton

mkokoteni
kærre

kikapu
kurv

ondoka
starte / lande

by

kijiji
landsby

katikati ya jiji
bymidte

nyumba
hus

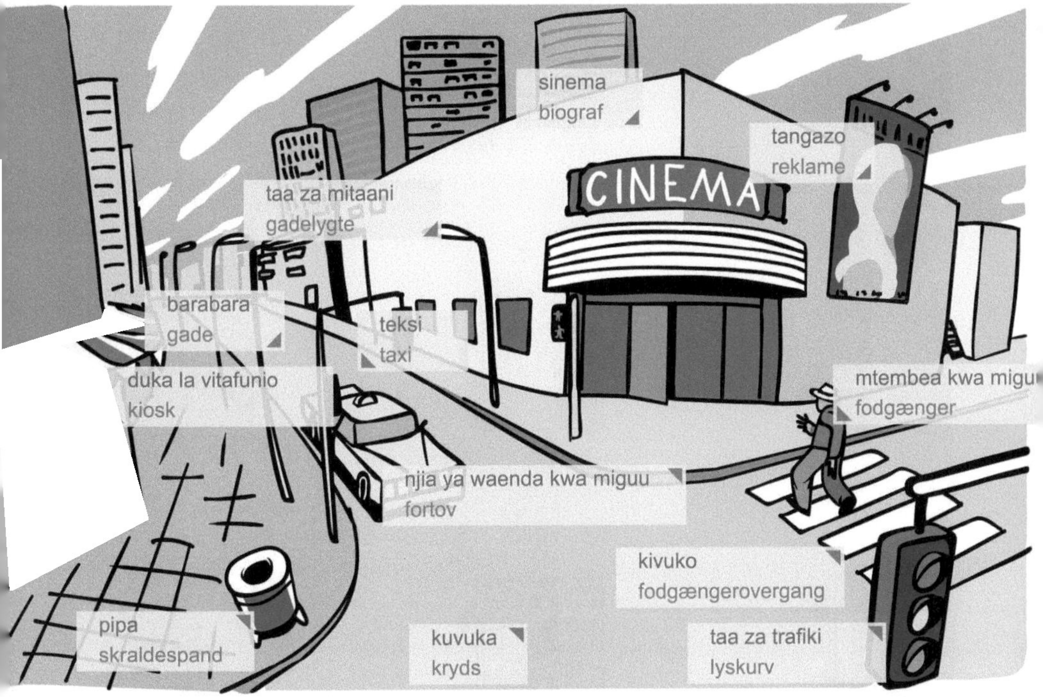

sinema
biograf

tangazo
reklame

taa za mitaani
gadelygte

CINEMA

barabara
gade

teksi
taxi

duka la vitafunio
kiosk

mtembea kwa migu
fodgænger

njia ya waenda kwa miguu
fortov

kivuko
fodgængerovergang

pipa
skraldespand

kuvuka
kryds

taa za trafiki
lyskurv

kibanda
hytte

gorofa
lejlighed

kituo cha treni
banegård

ukumbi wa mji
rådhus

Makavazi
museum

shule
skole

chuo kikuu

universitet

benki

bank

hospitali

sygehus

hoteli

hotel

duka la dawa

apotek

ofisi

kontor

duka la kitabu

boghandel

duka

butik

duka la maua

blomsterbutik

dukakuu

supermarked

soko

marked

idara ya kuhifadhi

stormagasin

mwuza samaki

fiskehandler

kituo cha ununuzi

butikscenter

bandari

havn

Hifadhi

park

benki

bænk

daraja

bro

vidato

trappe

chini ya ardhi

undergrundsbane

handaki

tunnel

kituo cha mabasi

busstoppested

bar

barnevogn

mgahawa

restaurant

sanduku la posta

postkasse

ishara ya barabara

vejskilt

mita ya maegesho

parkometer

bustani ya wanyama

zoo

kidimbwi cha kuogelea

badeanstalt

msikiti

moske

shamba

bondegård

uchafuzi

miljøforurening

makaburini

kirkegård

kanisa

kirke

uwanja wa michezo

legeplads

hekalu

tempel

landskab

jani
blad

ishara ya mwelekeo
vejviser

njia
vej

malisho
eng

jiwe
sten

mtembeaji wa masafa
vandrer

mto
flod

nyasi
græs

ua
blomst

bonde
dal

kilima
bjerg

ziwa
sø

msitu
skov

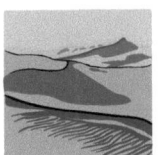

jangwa
ørken

volkano
vulkan

ngome
slot

upinde wa mvua
regnbue

uyoga
svamp

mtende
palme

mbu
moskito

kuruka
flue

chungu
myre

nyuki
bi

buibui
edderkop

mende

bille

chura

frø

kuchakuro

egern

nungunungu

pindsvin

sungura

hare

bundi

ugle

ndege

fugl

swan

svane

nguruwe mwitu

vildsvin

kulungu

hjort

aina ya kongoni

elg

bwawa

dæmning

tabo ya upepo

vindmølle

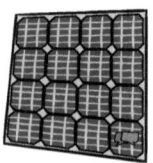

nishaji ya jua

solcellemodul

hali ya hewa

klima

mhudumu
tjener

menyu
spisekort

kiti
stol

piza
pizza

supu
suppe

kitambaa cha mezani
borddug

vilia
bestik

kiamsha hamu

forret

kozi kuu

hovedret

kitindamlo

dessert

vinywaji

drikkevarer

chakula

mad

chupa

flaske

chakula cha haraka

fastfood

Streetfood

streetfood

buli

tekande

kisanduku cha sukari

sukkerdåse

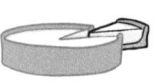

sehemu

portion

mashine ya espresso

espressomaskine

kiti kirefu

barnestol

muswada

faktura

trei

tablet

kisu

kniv

uma

gaffel

kijiko

ske

kijiko cha chai

teske

nepi

serviet

glasi

glas

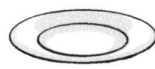

sahani

tallerken

sahani ya supu

dyb tallerken

sufuria

underkop

mchuzi

sovs

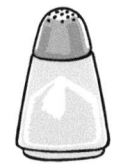

kichanyaji chumvi

saltbøsse

kinu cha pilipili

peberkværn

siki

eddike

mafuta

olie

viungo

krydderier

kechapu

ketchup

haradali

sennep

kachumbari nzito

mayonnaise

supermarked

ofa maalum
tilbud
FOR
mteja
kunde
maziwa
mælkeprodukter
matunda
frugt
toroli
indkøbsvogn

BUTCHERS

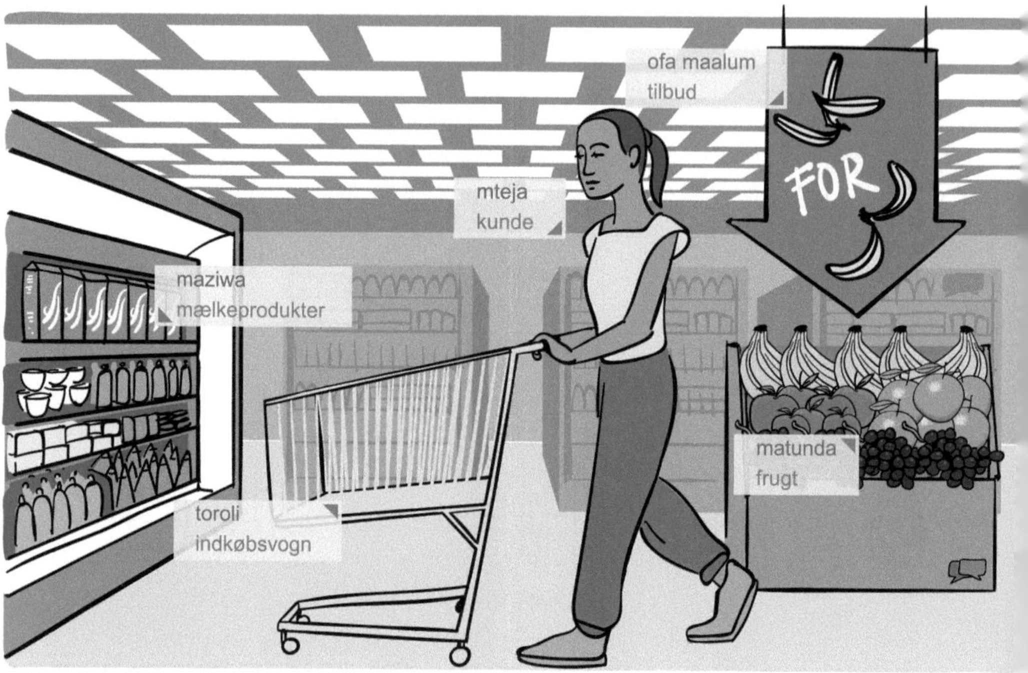

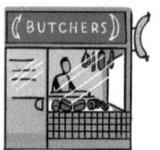

mchinjaji

slagter

BAKERY

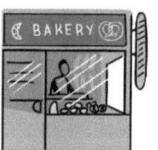

mwokaji

bageri

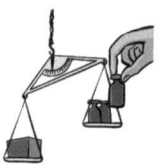

uzito

veje

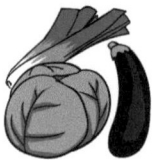

mboga

grøntsager

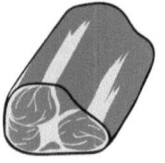

nyama

kød

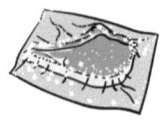

chakula waliohifadhiwa

frostvarer

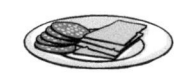

vipande vya nyama baridi

pålæg

chakula cha kopo

konserves

sabuni ya unga

vaskemiddel

pipi

slik

bidhaa za kaya

husholdningsvarer

bidhaa za kusafisha

rengøringsmidler

mtu mauzo

ekspedient

mpaka

kasse

keshia

kasserer

orodha ya manunuzi

indkøbsliste

masaa ya ufunguzi

åbningstider

mkoba

tegnebog

kadi

kreditkort

mfuko

taske

mfuko wa plastiki

plasticpose

maji

vand

sharubati

saft

maziwa

mælk

coke

cola

mvinyo

vin

bia

øl

pombe

alkohol

kakao

kakao

chai

te

kahawa

kaffe

spreso

espresso

kapuchino

cappuccino

ndizi

banan

tufaha

æble

machungwa

appelsin

tikiti

melon

lemon

citron

karoti

gulerod

kitunguu saumu

hvidløg

mianzi

bambus

kitunguu

løg

uyoga

svamp

karanga

nødder

nudo

nudler

spageti

spaghetti

mpunga

ris

saladi

salat

vibanzi

pomfritter

viazi vya kukaanga

stegte kartofler

piza

pizza

hambaga

hamburger

sandwichi

sandwich

kipande

schnitzel

paja la mnyama

skinke

salami

salami

soseji

pølse

kuku

kylling

choma

steg

samaki

fisk

oats ya uji

havregryn

muesli

mysli

cornflakes

cornflakes

unga

mel

kroisanti

croissant

andazi

rundstykke

mkate

brød

mkate wa kubanika

toast

biskuti

kiks

siagi

smør

maziwa mgando

kvark

keki

kage

yai

æg

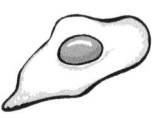

yai kukaanga

spejlæg

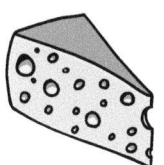

jibini

ost

aiskrimu

is

sukari

sukker

asali

honning

jemu

marmelade

kuenea kwa chokoleti

nougat-creme

mchuzi wa viungo

karry

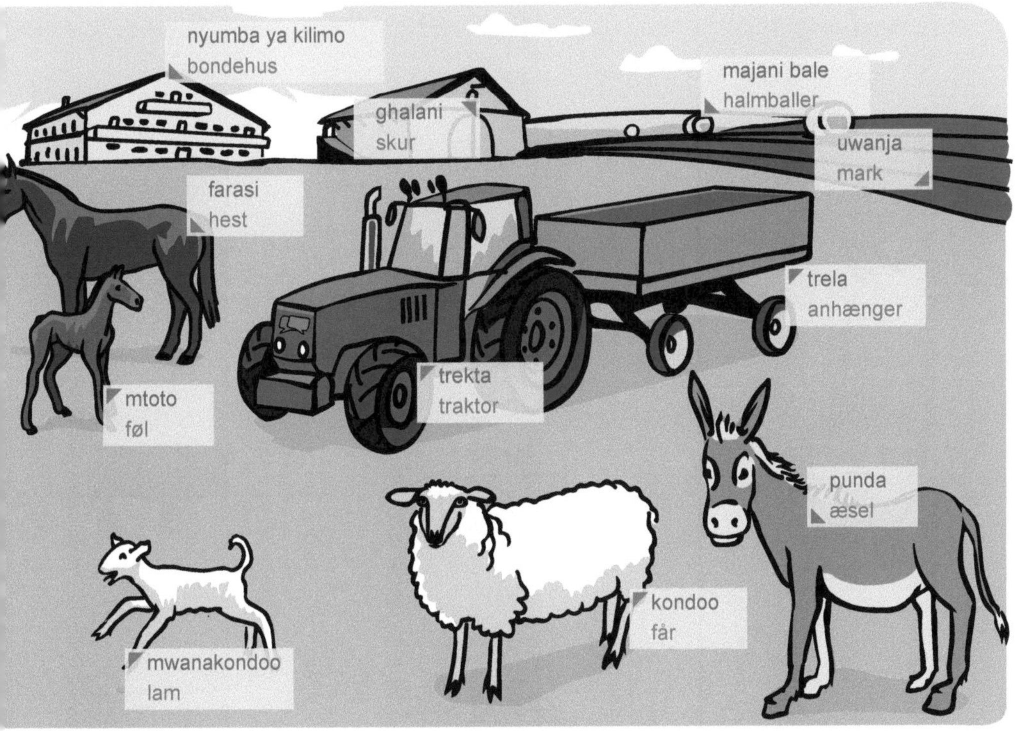

nyumba ya kilimo
bondehus

ghalani
skur

majani bale
halmballer

uwanja
mark

farasi
hest

trela
anhænger

mtoto
føl

trekta
traktor

punda
æsel

kondoo
får

mwanakondoo
lam

mbuzi

ged

ng'ombe

ko

ndama

kalv

nguruwe

svin

mwananguruwe

gris

fahali

tyr

batabukini

gås

bata

and

kifaranga

kylling

kuku

høne

jogoo

hane

panya

rotte

paka

kat

panya

mus

ng'ombe

okse

mbwa

hund

nyumba ya mbwa

hundehus

bomba la bustani

haveslange

debe la kumwagilia maji

vandkande

fyekeo

le

kulima

plov

mundu

segl

jembe

hakkejern

uma wa nyasi

møggreb

shoka

økse

toroli

trillebør

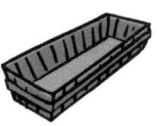

kupitia nyimbo

trug

chombo cha maziwa

mælkekande

gunia

sæk

ua

hæk

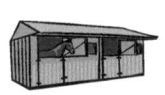

imara

stald

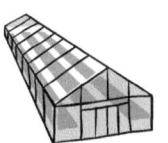

chafu

drivhus

udongo

jord

mbegu

frø

mbolea

gødning

kivunaji

mejetærsker

mavuno

høste

mavuno

høst

viazi vikuu

yams

ngano

hvede

soya

soja

viazi

kartoffel

mahindi

majs

rapa

raps

mti wa matunda

frugttræ

muhogo

maniok

nafaka

korn

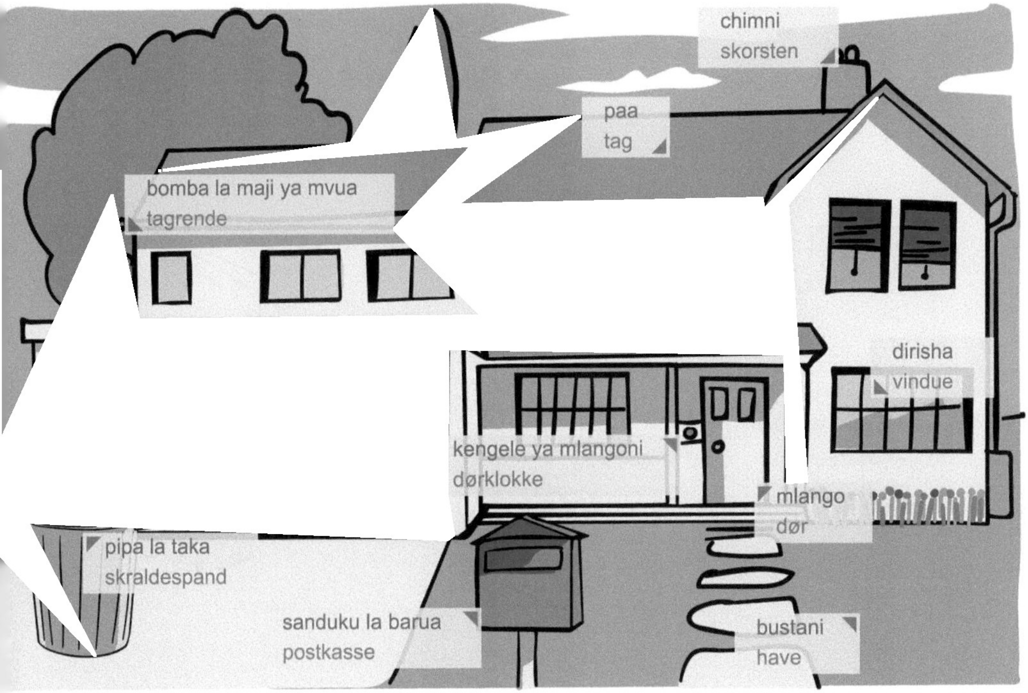

chimni
skorsten

paa
tag

bomba la maji ya mvua
tagrende

dirisha
vindue

kengele ya mlangoni
dørklokke

mlango
dør

pipa la taka
skraldespand

sanduku la barua
postkasse

bustani
have

sebuleni

stue

bafu

badeværelse

jikoni

køkken

chumba cha kulala

soveværelse

chumba ya mtoto

børneværelse

chumba cha kulia

spisestue

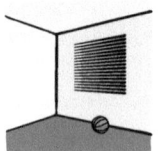

sakafu

gulv

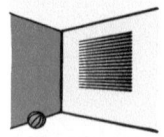

ukuta

væg

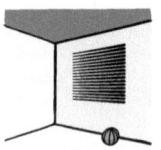

dari

loft

pishi

kælder

sauna

sauna

roshani

altan

mtaro

terrasse

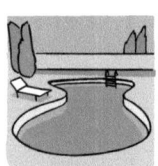

kidimbwi

svømmehal

mashine ya kukata nyasi

plæneklipper

karatasi

dynebetræk

kitambaa cha kupamba
kitanda

dyne

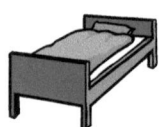

kitanda

seng

ufagio

kost

ndoo

spand

kubadili

kontakt

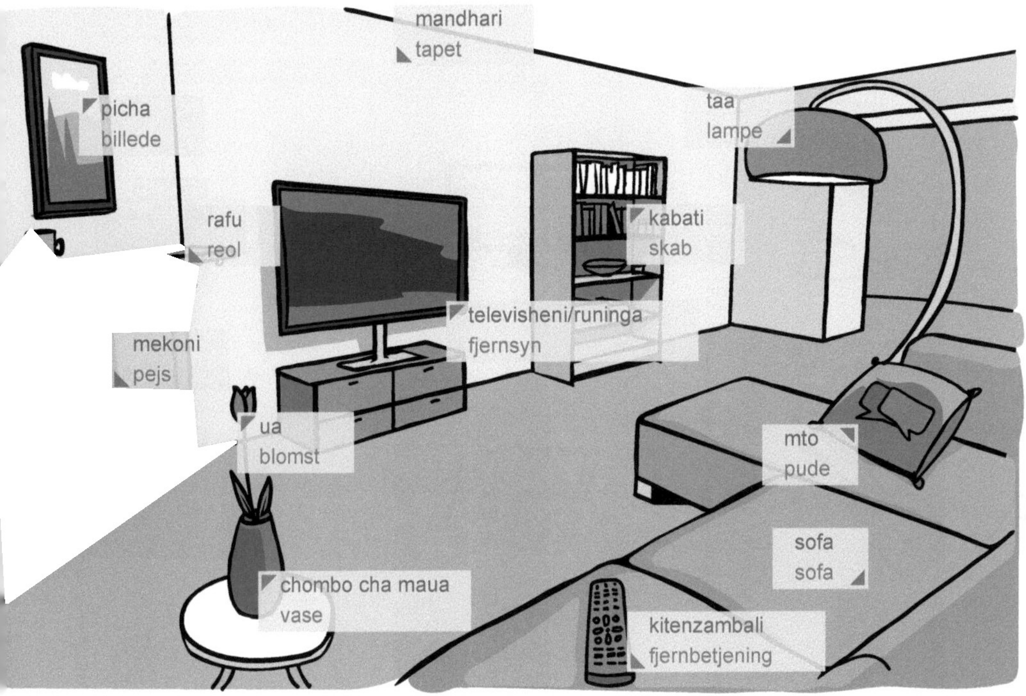

mandhari
tapet

picha
billede

taa
lampe

rafu
reol

kabati
skab

mekoni
pejs

televisheni/runinga
fjernsyn

ua
blomst

mto
pude

sofa
sofa

chombo cha maua
vase

kitenzambali
fjernbetjening

zulia
gulvtæppe

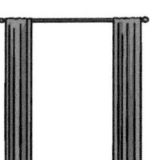

pazia
gardin

meza
bord

kiti
stol

kiti cha bembea
gyngestol

armchair
lænestol

kitabu

bog

blanketi

tæppe

mapambo

dekoration

kuni

brænde

filamu

film

kifaa cha hi-fi

stereoanlæg

ufunguo

nøgle

gazeti

avis

uchoraji

maleri

bango

plakat

redio

radio

daftari

notesblok

kifyonza

støvsuger

dungusi kakati

kaktus

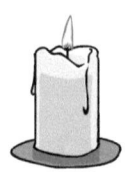

mshumaa

lys

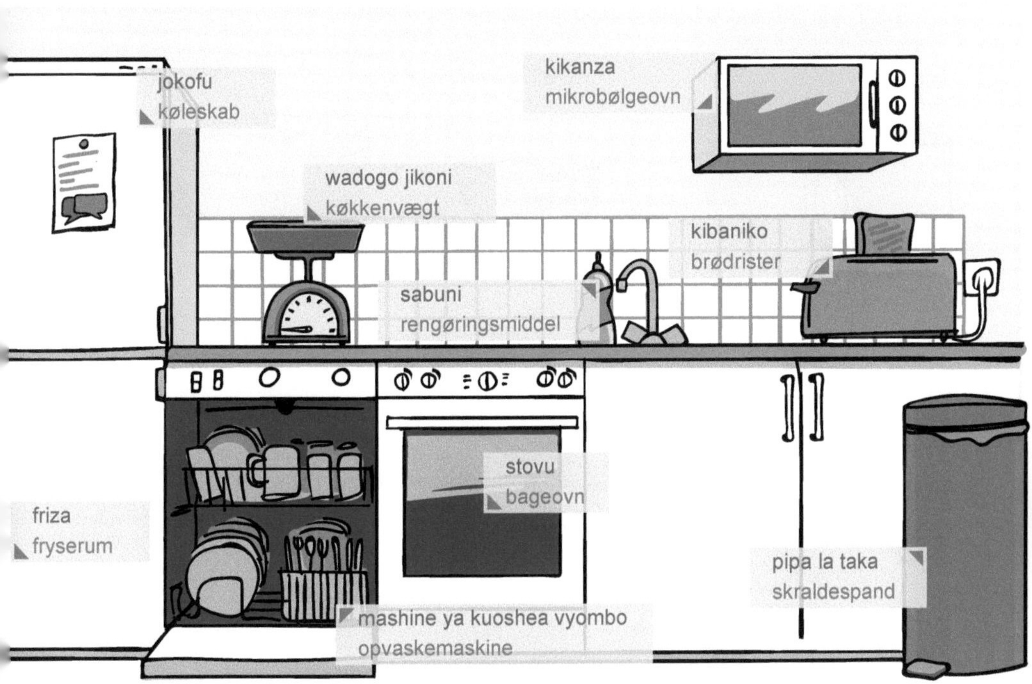

jokofu
køleskab

kikanza
mikrobølgeovn

wadogo jikoni
køkkenvægt

kibaniko
brødrister

sabuni
rengøringsmiddel

stovu
bageovn

friza
fryserum

pipa la taka
skraldespand

mashine ya kuoshea vyombo
opvaskemaskine

jiko la kupika

komfur

chungu

gryde

sufuria ya chuma

jerngryde

wok / kadai

wok / kadai

kaango

pande

birika

elkedel

stima

dampkoger

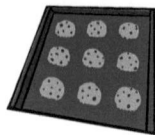

sinia ya kuoka

bageplade

vyombo vya udongo

service

kombe

bæger

bakuli

skål

vijiti vya kulia

spisepinde

ukawa

øseske

mwiko mpana

paletkniv

burashi

piskeris

kichujio

dørslag

chujio

si

mbuzi

rive

chokaa

morter

barbeque

grille

moto wazi

ildsted

ubao wa majaribio

skærebræt

kijiti cha kusukuma unga

kagerulle

kizibuo

proptrækker

kopo

dåse

inaweza kopo

dåseåbner

kishikio cha chungu

grydelap

karo

køkkenvask

brashi

børste

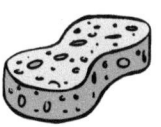

sifongo

svamp

kisagaji matunda

blender

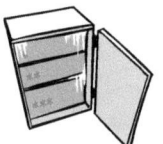

friji ya kina

dybfryser

chupa ya mtoto

sutteflaske

bomba

vandhane

badeværelse

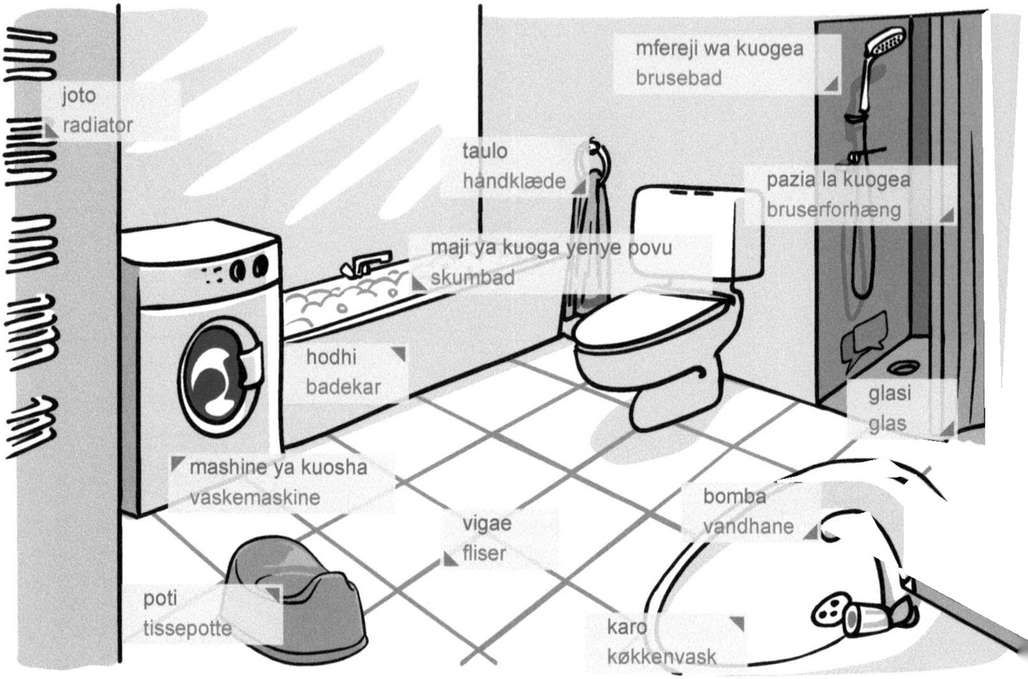
mfereji wa kuogea
brusebad
joto
radiator
taulo
håndklæde
pazia la kuogea
bruserforhæng
maji ya kuoga yenye povu
skumbad
hodhi
badekar
glasi
glas
mashine ya kuosha
vaskemaskine
bomba
vandhane
vigae
fliser
poti
tissepotte
karo
køkkenvask

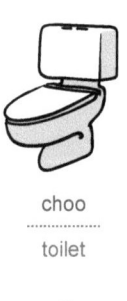

choo

toilet

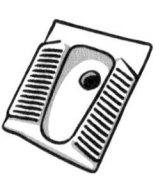

choo cha squat

hugsiddende toilet

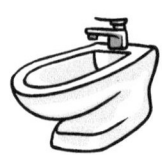

beseni la mviringo

bidet

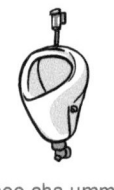

choo cha umma

pissoir

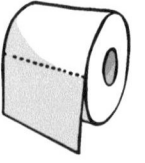

shashi

toiletpapir

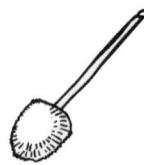

brashi ya choo

toiletbørste

mswaki

tandbørste

dawa ya meno

tandpasta

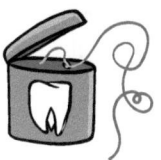

dawa ya meno

tandtråd

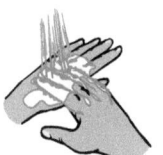

safisha

vaske

kuoga mkono

håndbruser

msukumo wa maji

intimbruser

bonde

vaskefad

mpako wa pili

badebørste

sabuni

sæbe

jeli ya kuogea

brusegele

shampuu

shampoo

flana

vaskeklud

toa maji

afløb

krimu

creme

kiondoa harufu

deodorant

kioo

spejl

kioo mkono

kosmetikspejl

kinyozi

barberhøvl

povu la kunyoa

barberskum

baada ya kunyoa

barbervand

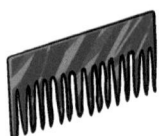

kichana

kam

brashi

børste

kikausha nywele

hårtørrer

marashi ya nyewele

hårspray

vipodozi

makeup

kidomwa

læbestift

varnish ya msumari

neglelak

pamba

vat

mkasi wa kucha

neglesaks

manukato

parfume

mkoba wa kuosha

toilettaske

kinyesi

skammel

mizani

vægt

nguo ya kuoga

badekåbe

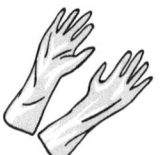

glavu za mpira

gummihandsker

kisodo

tampon

sodo

damebind

kemikali choo

kemisk toilet

børneværelse

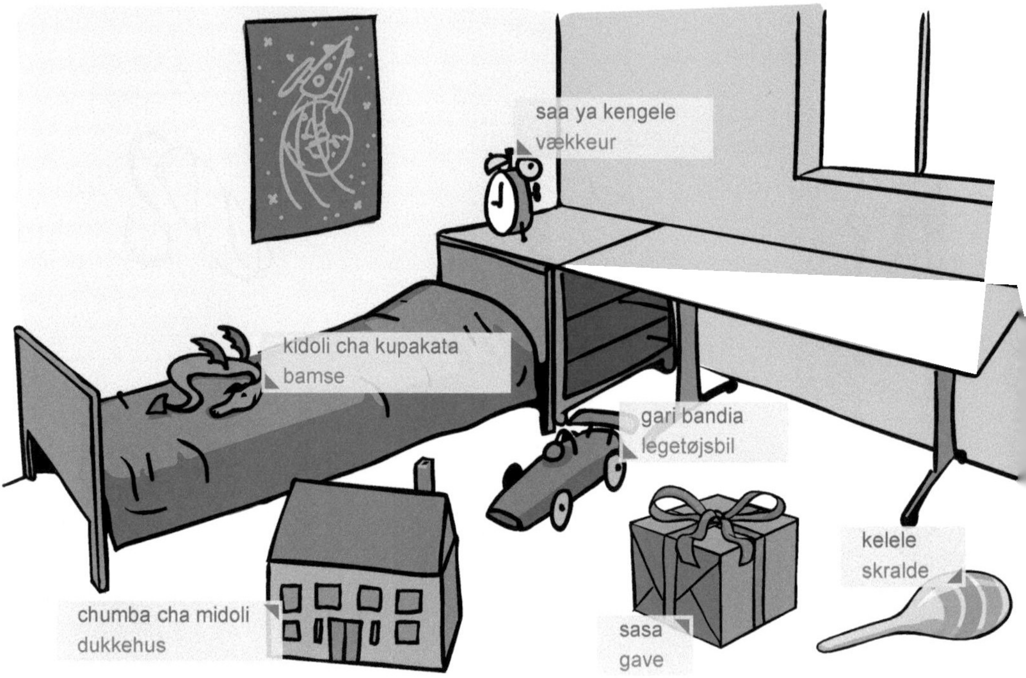

saa ya kengele
vækkeur
kidoli cha kupakata
bamse
gari bandia
legetøjsbil
kelele
skralde
chumba cha midoli
dukkehus
sasa
gave

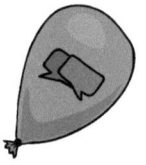

baluni

ballon

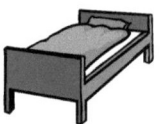

kitanda

seng

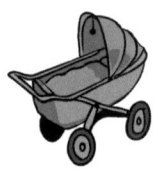

mashua

barnevogn

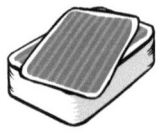

staha ya kadi

kortspil

mchezo-fumb

puslespil

SUPER
MEGA

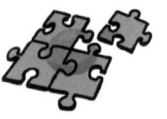

vichekesho

tegneserie

matofali lego

legoklodser

vitalu mwigo

byggeklodser

hatua takwimu

action figur

suti ya kulalia

sparkedragt

kisahani

frisbee

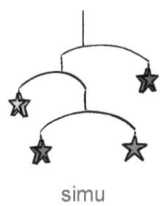

simu

uro

ubao wa michezo

brætspil

kete

terning

garimoshi mwigo

modeljernbane

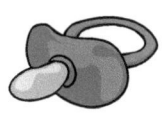

dummy

sut

chama

fest

picha kitabu

billedbog

mpira

bold

kikaragosi

dukke

kucheza

lege

shimo la mchanga

sandkasse

bembea

gynge

vitu bandia

legetøj

kiweko cha video ya mchezo

spillekonsol

baiskeli ya magurudumu

trehjulet cykel

matatu

mwanasesere

bamse

kabati

klædeskab

soksi

sokker

stokingi

strømper

kibano

strømpebukser

skafu
sjal

ukanda
bælte

mwavuli
paraply

fulana
T-shirt

viatu
støvler

ndara
hjemmesko

wakufunzi
sneakers

malapa	viatu	mabuti ya mpira
sandaler	sko	gummistøvler

suruali ya ndani	sidiria	fulana
underbukser	BH	undertrøje

mwili

body

suruali

bukser

dangirizi

jeans

sketi

nederdel

blauzi

bluse

shati

skjorte

vuta

pullover

sweta

sweatshirt

bleza

blazer

jaketi

jakke

koti

frakke

koti la mvua

regnfrakke

maleba

kostume

gauni

kjole

mavazi ya harusi

brudekjole

suti

jakkesæt

vazi la usiku

nattrøje

pajama

pyjamas

sari

sari

skafu

hovedtørklæde

kilemba

turban

burka

burka

kaftan

kaftan

abaya

abaya

vazi la kuogelea

badedragt

vazi la kiume la kuogelea

badebukser

kaptura

korte bukser

teitei

træningsdragt

aproni

forklæde

glavu

handsker

kifungo

knap

glasi

briller

bangili

armbånd

mkufu

kæde

pete

ring

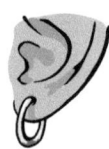

herini

ørering

kofia

hue

kiango cha koti

bøjle

kofia

hat

tai

slips

zipu

lynlås

kofia

hjelm

kanda za suruali

seler

sare za shule

skoleuniform

sare

uniform

bibu
....
hagesmæk

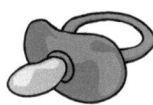

dummy
....
sut

nepi
....
ble

kabati la kuweka faili
arkivskab

seva
server

kichapishaji

karatasi
papir

kiwambo
skærm

dawati
skrivebord

kipanya
mus

kibodi
tatur

cha kuweka karatasi chafu
urv

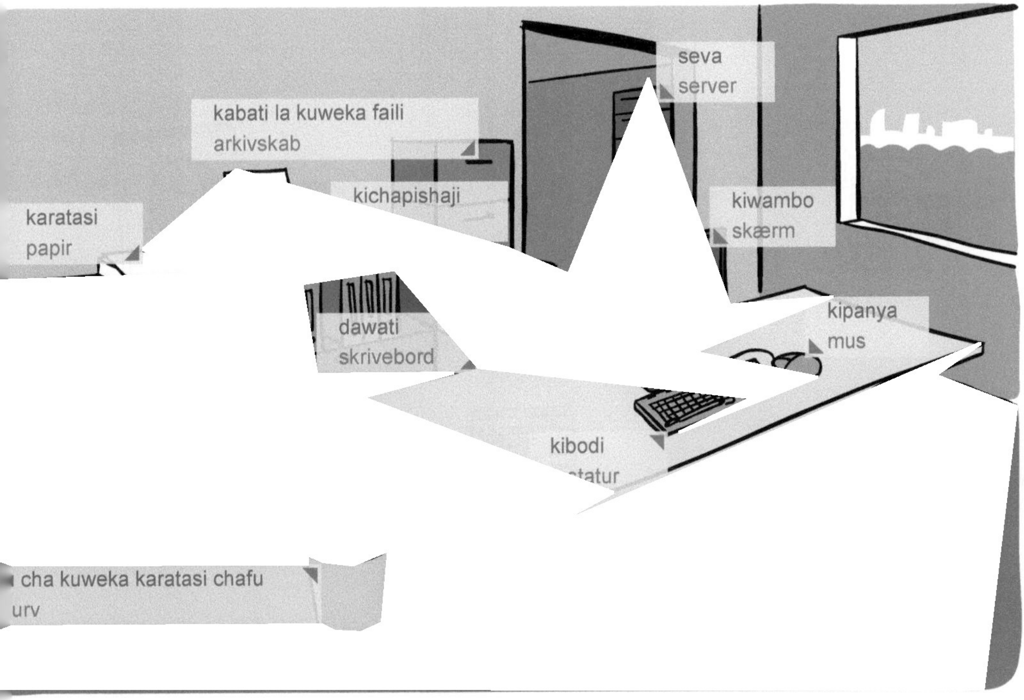

kmobe la kahawa
....
kaffekrus

kikokotoo
....
lommeregner

biashara
....
internet

mbali

bærbar

barua

brev

ujumbe

besked

rununu

mobil

intaneti

netværk

fotokopia

kopimaskine

programu

software

simu

telefon

soketi

stikdåse

kipepesi

fax

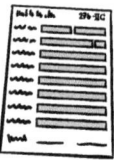

fomu

formular

hati

dokument

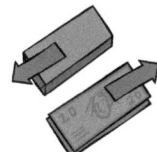

kununua

købe

kulipa

betale

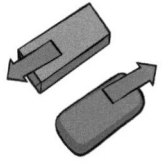

biashara

handle

fedha

penge

dola

dollar

yuro

euro

yeni

yen

rouble

rubel

faranga ya Uswisi

schweizerfranc

renminbi yuan

renminbi yuan

rupia

rupee

eneo la kulipia

hæveautomat

ofisi ya ubadilishanaji

vekselkontor

dhahabu

guld

fedha

sølv

mafuta

olie

nishati

energi

bei

pris

mkataba

kontrakt

kodi

skat

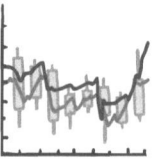

bidhaa

aktie

kazi

arbejde

mfanyakazi

ansat

mwajiri

arbejdsgiver

kiwanda

fabrik

duka

butik

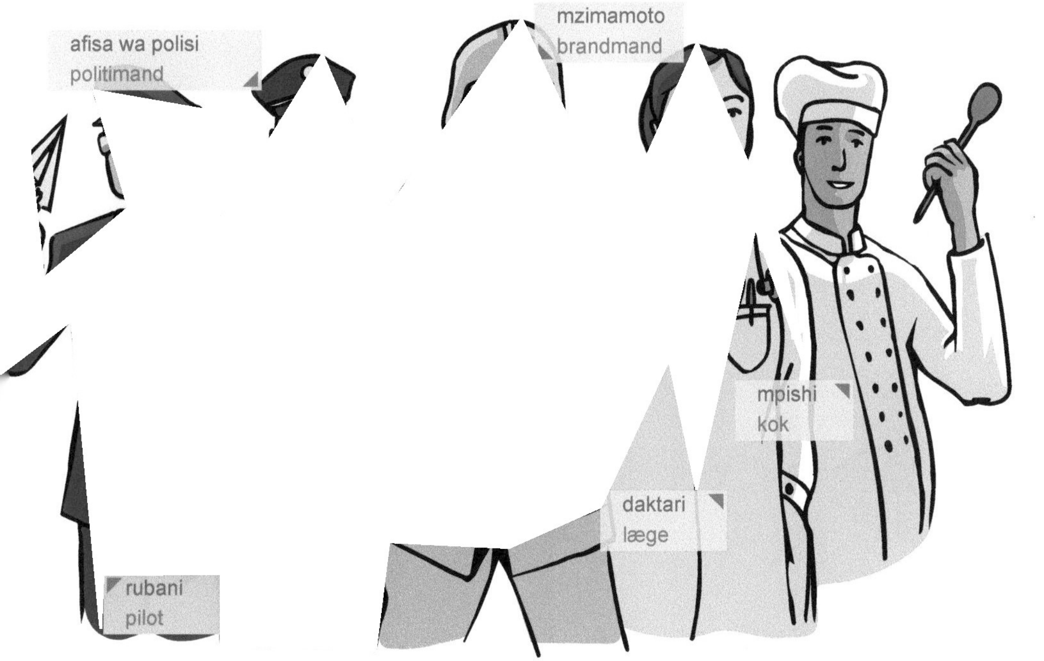

afisa wa polisi
politimand

mzimamoto
brandmand

mpishi
kok

daktari
læge

rubani
pilot

mtunza bustani

gartner

seremala

tømrer

mshonaji

syerske

hakimu

dommer

mwanakemia

kemiker

muigizaji

skuespiller

dereva wa basi

buschauffør

dereva wa teksi

taxachauffør

mvuvi

fisker

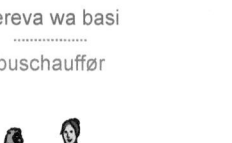

mwanamke wa kusafisha

rengøringskone

mwezekaji

tagdækker

mhudumu

tjener

mwindaji

jæger

mchoraji

maler

mwokaji

bager

umeme

elektriker

mjenzi

bygningsarbejder

mhandisi

ingeniør

mchinjaji

slagter

fundi bomba

vvs-mand

mwanaposta

postbud

mwanajeshi

soldat

msanifu majengo

arkitekt

keshia

kasserer

muuza maua

blomsterhandler

msusi

frisør

kondakta

togfører

mekanika

mekaniker

nahodha

kaptajn

daktari wa meno

tandlæge

mwanasayansi

videnskabsmand

rabbi

rabbiner

imamu

imam

mtawa

munk

kasisi

præst

værktøj

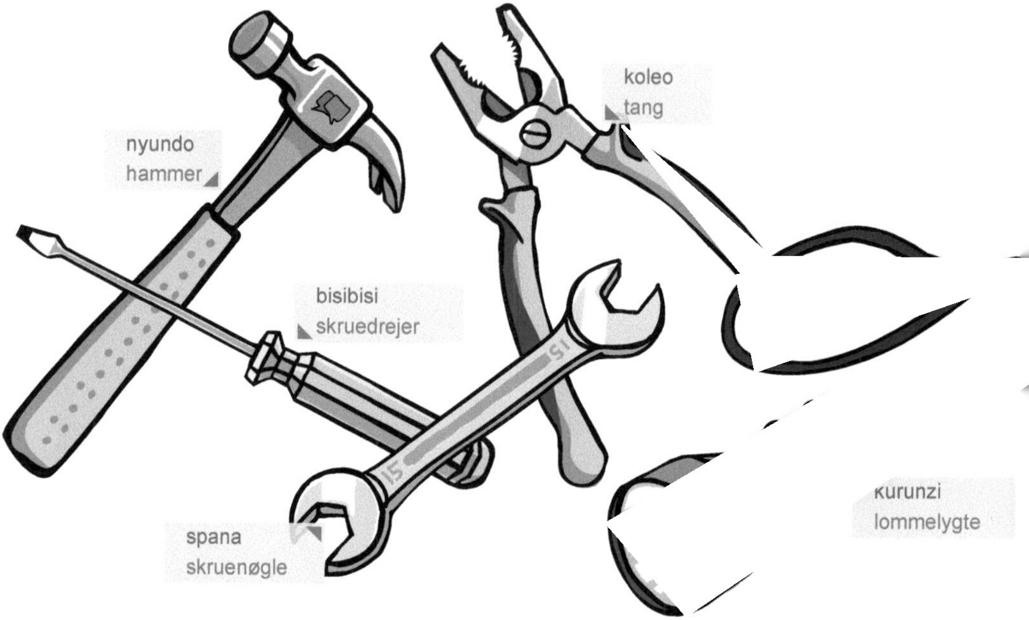
nyundo
hammer
koleo
tang
bisibisi
skruedrejer
spana
skruenøgle
kurunzi
lommelygte

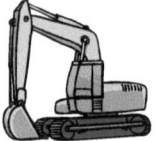

mchimbaji

gravemaskine

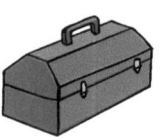

sanduku la vifaa

værktøjskasse

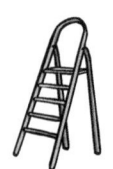

ngazi

stige

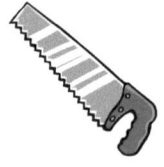

msumeno

sav

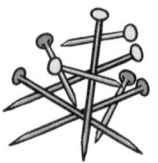

misumari

søm

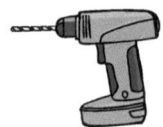

kuchimba visima

bor

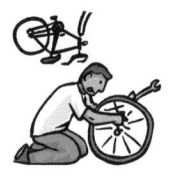

kukarabati

reparere

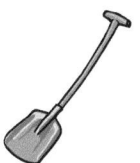

sepetu

skovl

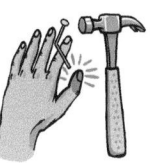

Lo!

Lort!

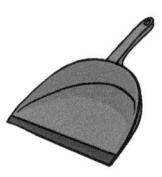

kishikio cha uchafu

fejebakke

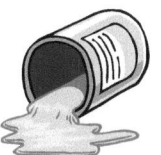

chungu cha rangi

malerspand

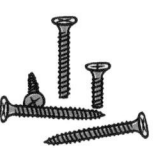

skurubu

skruer

musikinstrumenter

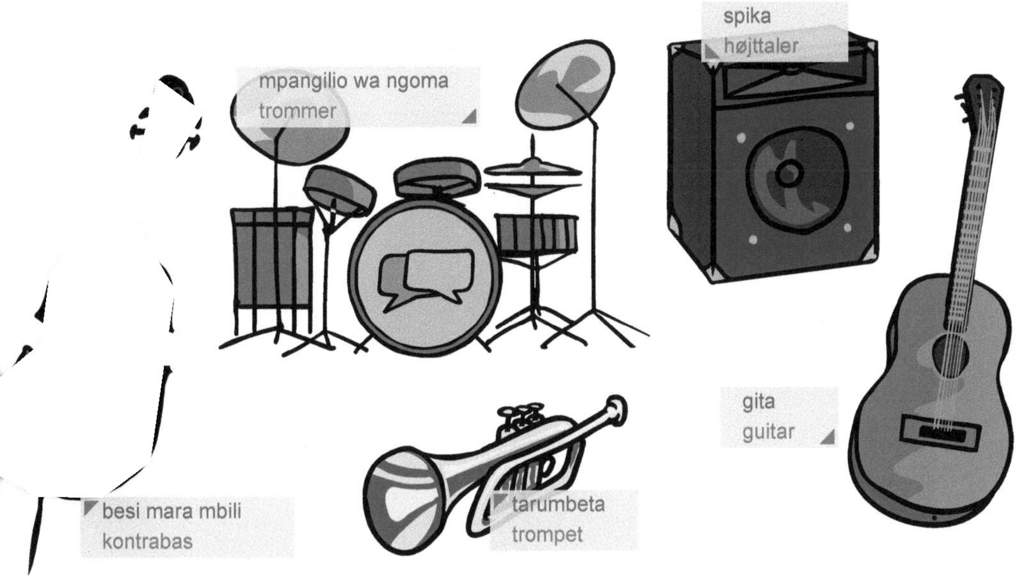
spika
højttaler
mpangilio wa ngoma
trommer
gita
guitar
besi mara mbili
kontrabas
tarumbeta
trompet

piano

klaver

fidla

violin

ubeji

bas

timpani

pauke

ngoma

tromme

kibodi

keyboard

saksafoni

saxofon

filimbi

fløjte

maikrofoni

mikrofon

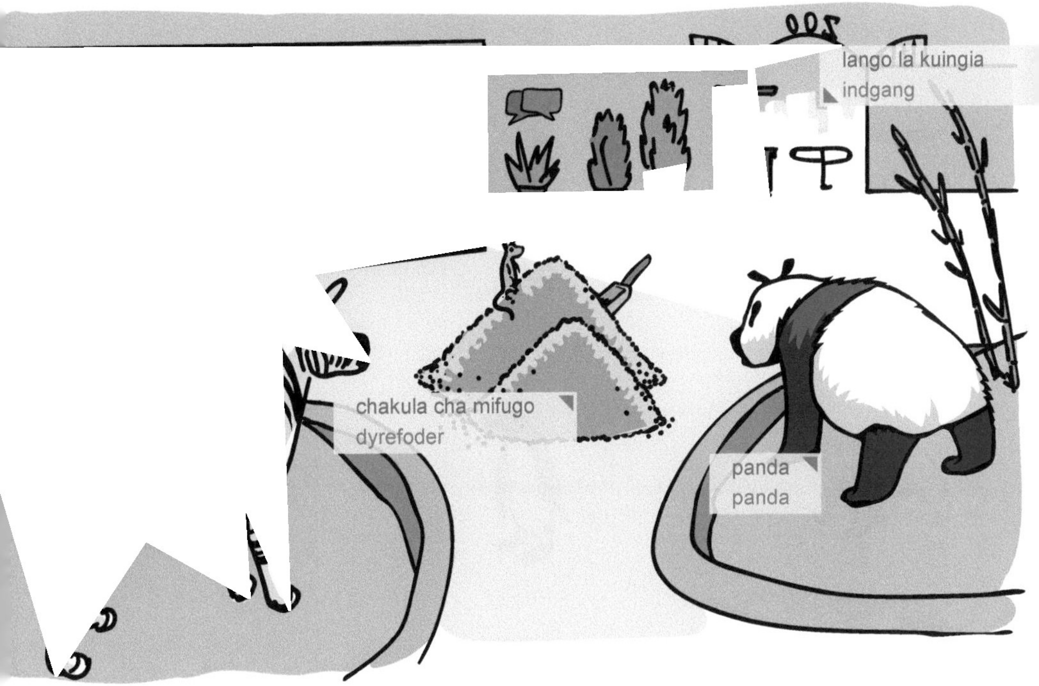

lango la kuingia
indgang

chakula cha mifugo
dyrefoder

panda
panda

wanyama
dyr

tembo
elefant

kangaruu
kænguru

kifaru
næsehorn

sokwe
gorilla

dubu
bjørn

ngamia

kamel

mbuni

struds

simba

løve

tumbili

abe

heroe

flamingo

kasuku

papegøje

dubu

isbjørn

penguini

pingvin

papa

haj

tausi

påfugl

nyoka

slange

mamba

krokodille

mtunza wanyama

dyrepasser

muhuri

sæl

jaguar

jaguar

mwanafarasi

pony

chui

leopard

kiboko

flodhest

twiga

giraf

tai

ørn

nguruwe mwitu

vildsvin

samaki

fisk

kobe

skildpadde

sili

hvalros

mbweha

ræv

paa

gazelle

soka ya marekani
amerikansk football

uendeshaji baiskeli
cykling

tenisi
tennis

mpira wa kikapu
basketball

kuogelea
svømning

magongo ya barafuni
ishockey

ndondi
boksning

soka
fodbold

vinyoya
badminton

riadha
atletik

mpira wa mikono
håndbold

skii
skiløb

polo
polo

cheka
grine

kuruka
springe

kumbatia
give et knus

kutembea
gå

kuimba
synge

ota ndoto
drømme

kuomba
bede

busu
kysse

kuandika

skrive

kuteka

tegne

angalia

vise

sukuma

skubbe

kutoa

give

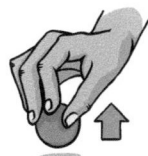

kuchukua

tage

kuwa

have

fanya

gøre

kuwa

være

kusimama

stå

kukimbia

løbe

vuta

trække

kutupa

kaste

kuanguka

falde

hadaa

ligge

kusubiri

vente

kubeba

bære

kukaa

sidde

vaa nguo

tage på

usingizi

sove

kuamka

vågne

kuangalia

se på

lia

græde

kiharusi

ae

chana nywele

kæmme

ongea

tale

kuelewa

forstå

kuuliza

spørge

kusikiliza

høre

kunywa

drikke

kula

spise

nadhifisha

rydde op

upendo

elske

mpishi

koge

gari

køre

kuruka

flyve

meli

sejle

kokotoa

regne

kusoma

læse

kujifunza

lære

kazi

arbejde

kuoa

gifte sig med

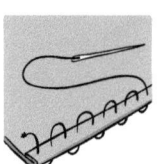

kushona

sy

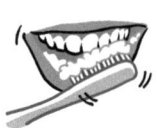

piga mswaki

børste tænder

kuua

dræbe

moshi

ryge

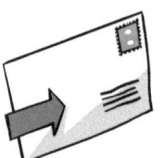

kutuma

sende

bibi
bedstemor

babu
bedstefar

baba
far

mama
mor

mtoto
baby

binti
datter

bin
søn

mgeni

gæst

shangazi

tante

mjomba

onkel

kaka

bror

dada

søster

paji la uso
pande

jicho
øje

bega
skulder

kidole
finger

uso
ansigt

kidevu
hage

mkono
hånd

matiti
bryst

mguu
ben

mkono
arm

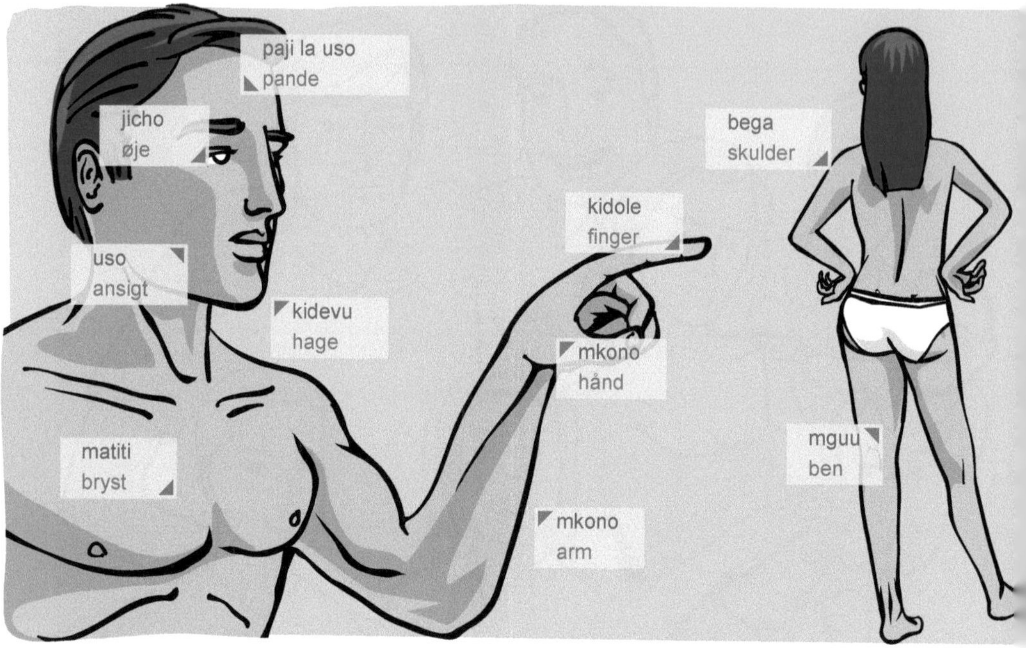

mtoto

baby

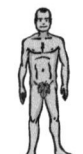

mwanamume

mand

mwanamke

kvinde

msichana

pige

mvulana

dreng

kichwa

hoved

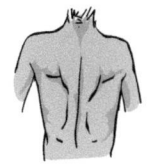

nyuma

ryg

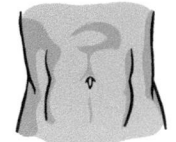

tumbo

mave

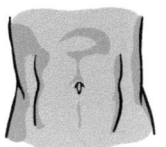

kitovu

navle

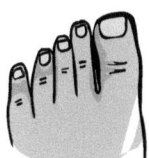

chano

tå

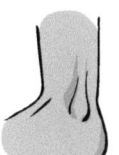

kisigino

hæl

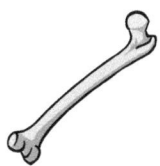

mfupa

knogle

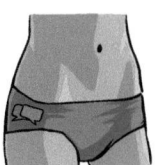

nyonga

hofte

goti

knæ

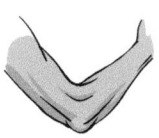

kiwiko

albue

pua

næse

chini

bagdel

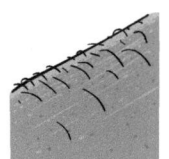

ngozi

hud

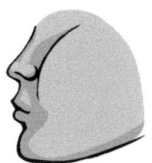

shavu

kind

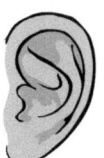

sikio

øre

mdomo

læbe

kinywa

mund

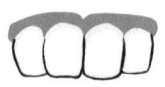

jino

tand

ulimi

tunge

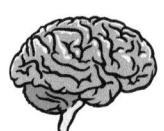

ubongo

hjerne

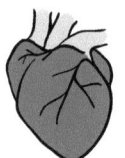

moyo

hjerte

misuli

muskel

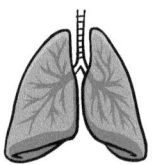

pafu

lunge

ini

lever

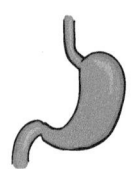

tumbo

mavesæk

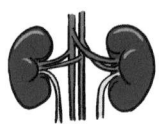

figo

nyrer

jinsia

sex

kondomu

kondom

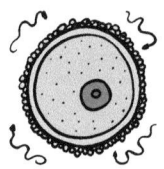

ovari

ægcelle

shahawa

sperm

mimba

svangerskab

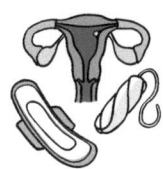

hedhi
menstruation

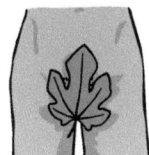

uke
vagina

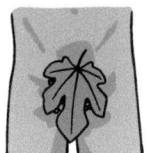

uume
penis

unyusi
øjenbryn

nywele
hår

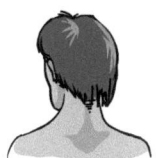

shingo
hals

sygehus

hospitali
sygehus
jeraha
brud

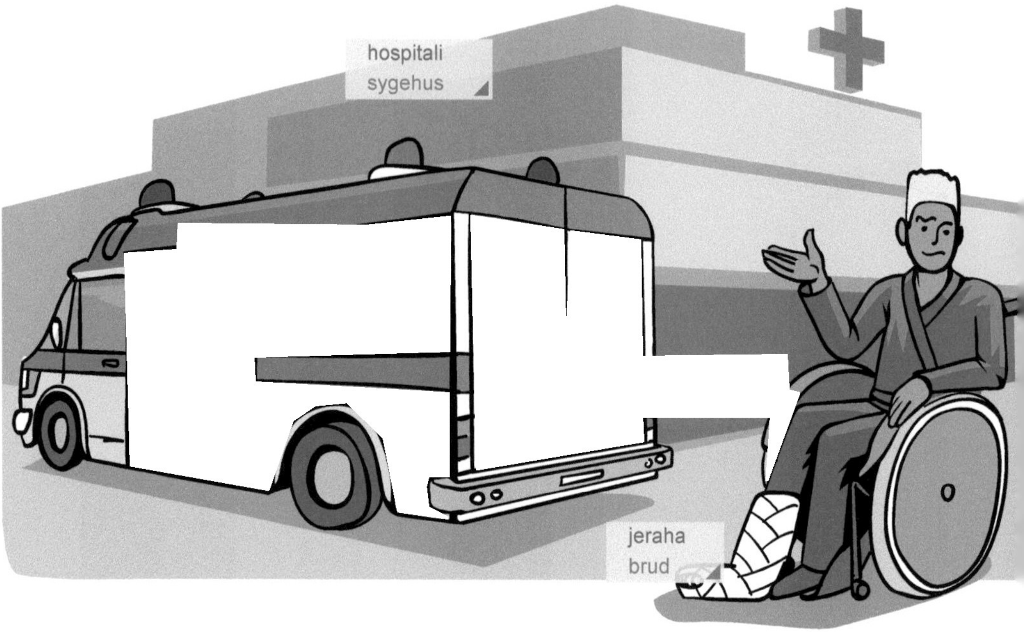

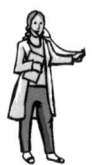

daktari
læge

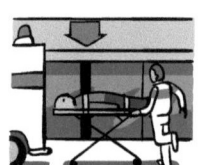

chumba cha dharura
akutmodtagelse

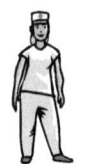

muuguzi
sygeplejerske

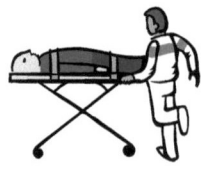

dharura
nødstilfælde

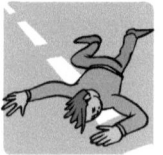

kupoteza fahamu
bevidstløs

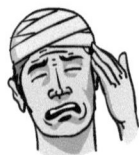

maumivu
smerte

kuumia

skade

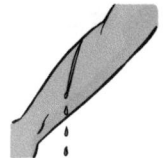

kutokwa na damu

blødning

mshtuko wa moyo

hjerteinfarkt

kiharusi

slagtilfælde

mzio

allergi

kikohozi

hoste

homa

feber

mafua

influenza

kuharisha

diarré

maumivu ya kichwa

hovedpine

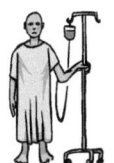

kansa

kræft

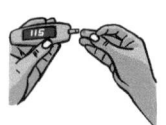

ugonjwa wa kisukari

diabetes

daktari mpasuaji

kirurg

kisu kidogo cha kupasulia

skalpel

operesheni

operation

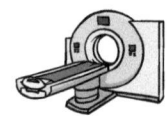

picha changanufu ya mwili
CT

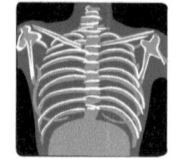

Eksrei
røntgen

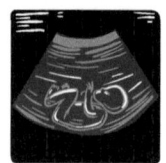

mawimbi sauti
ultralyd

barakoa ya uso
maske

ugonjwa
sygdom

chumba cha kusubiri
venteværelse

mkongojo
krykke

plasta
plaster

bendeji
forbinding

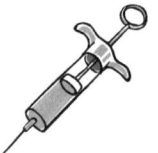

sindano
injektion

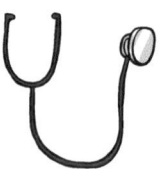

stetoskopu
stetoskop

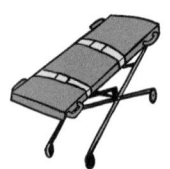

machela
båre

kipimajoto cha kliniki
termometer

kuzaliwa
fødsel

unene kupita kiasi
overvægt

kusikia misaada

høreapparat

kipukusi

desinficerende middel

maambukizi

infektion

virusi

virus

VVU / UKIMWI

HIV / AIDS

dawa

medicin

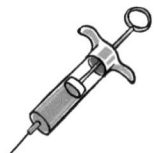

chanjo

vaccination

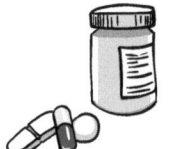

vidonge

tabletter

kidonge

pille

simu ya dharura

nødopkald

haemodainamometa

blodtryksmåler

mgonjwa / mwenye afya

syg / rask

Msaada!	kengele	pigo
Hjælp!	alarm	overfald

shambulizi	hatari	lango la dharura
angreb	fare	nødudgang

Moto!	kizima moto	ajali
Det brænder!	ildslukker	uheld

vifaa vya huduma ya kwanza	wito wa msaada	polisi
førstehjælps-kuffert	SOS	politi

Ulaya

Europa

Amerika ya Kaskazini

Nordamerika

Amerika ya Kusini

Sydamerika

Afrika

Afrika

Asia

Asien

Australia

Australien

Atlantiki

Atlanterhavet

Pasifiki

Stillehavet

Bahari ya Hindi

Indiske Ocean

Bahari ya Antaktiki

Sydlige Ishav

Bahari ya Aktiki

Ishav

Ncha ya Kaskazini

Nordpol

Ncha ya Kusini

Sydpol

Antaktika

Antarktis

dunia

Jorden

nchi

land

bahari

hav

kisiwa

ø

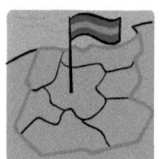

taifa

nation

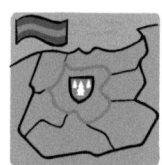

jimbo

stat

uso wa saa

urskive

akrabu ya saa

timeviser

akrabu ya dakika

minutviser

akrabu ya sekunde

sekundviser

Ni saa ngapi?

Hvad er klokken?

siku

dag

wakati

tid

sasa

nu

saa ya dijitali

digitalur

dakika

minut

saa

time

uge

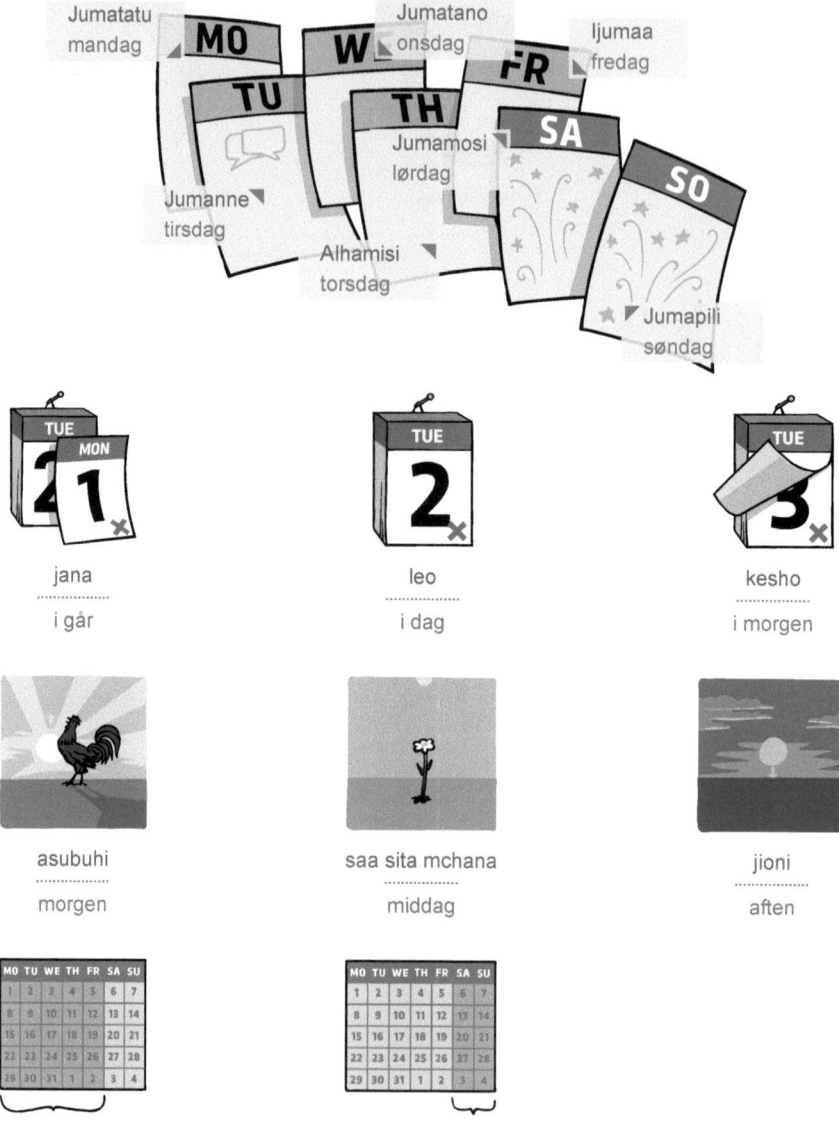

Jumatatu mandag — MO
Jumanne tirsdag — TU
Jumatano onsdag — W
Alhamisi torsdag — TH
Ijumaa fredag — FR
Jumamosi lørdag — SA
Jumapili søndag — SO

jana
i går

leo
i dag

kesho
i morgen

asubuhi
morgen

saa sita mchana
middag

jioni
aften

siku za biashara
arbejdsdage

mwishoni mwa wiki
weekend

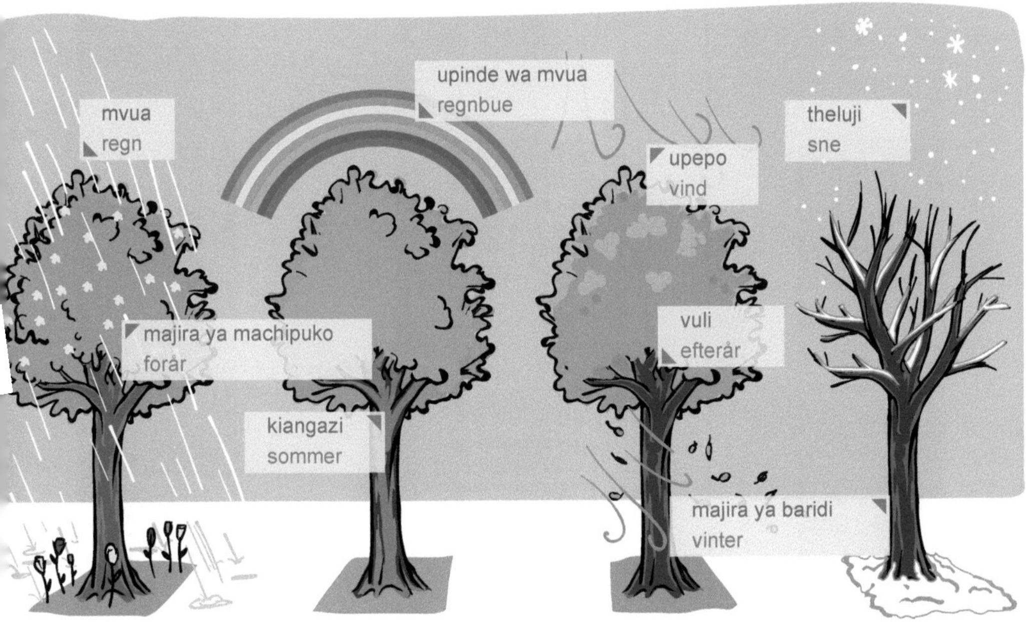

upinde wa mvua
regnbue
mvua
regn
theluji
sne
upepo
vind
majira ya machipuko
forår
vuli
efterår
kiangazi
sommer
majira ya baridi
vinter

4.APRIL 11°
5.APRIL 4°
6.APRIL 13°
7.APRIL 8°
8.APRIL 10°

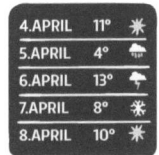

utabiri wa hali ya hewa

vejrudsigt

F C
120 40
90 30
60 20
30 10
0 0
-30 -10
-20

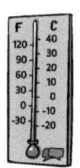

kipimajoto

termometer

mwanga wa jua

solskin

wingu

sky

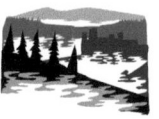

ukungu

tåge

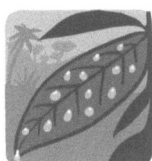

unyevu

luftfugtighed

umeme

lyn

radi

torden

dhoruba

storm

mvua ya mawe

hagl

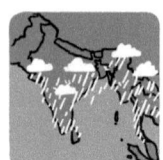

monsuni

monsun

mafuriko

flod

barafu

is

Januari

januar

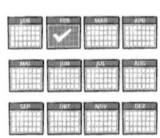

Februari

februar

Machi

marts

Aprili

april

Mei

maj

Juni

juni

Julai

juli

Agosti

august

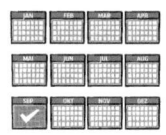

Septemba

september

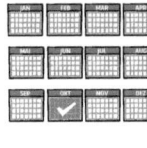

Oktoba

oktober

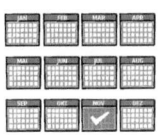

Novemba

november

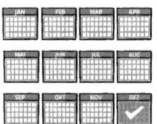

Desemba

december

mduara

cirkel

mraba

kvadrat

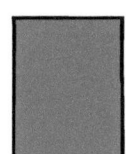

mstatili

firkant

pembetatu

trekant

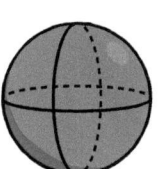

nyanja

kugle

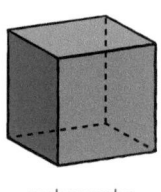

mchemraba

terning

nyeupe

hvid

manjano

gul

chungwa

orange

rangi ya waridi

pink

nyekundu

rød

hudhurungi

lilla

bluu

blå

kijani

grøn

hanja

brun

jivujivu

grå

nyeusi

sort

mengi / kidogo

meget / lidt

hasira / pole

rasende / fredelig

nzuri / mbaya

smuk / grim

mwanzo / mwisho

begyndelse / slut

kubwa / ndogo

stor / lille

angavu / giza

lys / mørk

kaka / dada

bror / søster

safi / chafu

ren / snavset

kamilika / tokamilika

fuldkommen / ufuldkommen

siku / usiku

dag / nat

wafu / hai

død / levende

pana / nyembamba

bred / smal

kulika / kutolika

spiselig / uspiselig

ovu / ema

vred / venlig

sisimkwa / udhika

ophidset / kedet

nene / nyembamba

tyk / tynd

kwanza / mwisho

først / sidst

rafiki / adui

ven / fjende

jaa / tupu

fuld / tom

ngumu / laini

hård / blød

nzito / nyepesi

tung / let

njaa / kiu

sult / tørst

mgonjwa / mwenye afya

syg / rask

haramu / kisheria

illegal / legal

akili / kijinga

intelligent / dum

kushoto / kulia

venstre / højre

karibu / mbali

nær / fjern

mpya / kutumika

ny / brugt

kitu / jambo

intet / noget

zee / changa

gammel / ung

waka / zima

tændt / slukket

wazi / fungwa

åben / lukket

utulivu / kelele

stille / højt

tajiri / masikini

rig / fattig

sahihi / kosa

rigtig / forkert

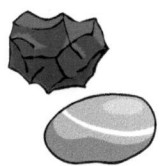

mbaya / laini

ru / glat

huzunika / furahia

ked af det / lykkelig

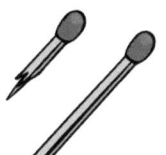

fupi /ndefu

kort / lang

polepole / haraka

langsom / hurtig

nyevu / kavu

våd / tør

joto / baridi

varm / kold

vita / amani

krig / fred

0	**1**	**2**
sufuri	moja	mbili
nul	en	to

3	**4**	**5**
tatu	nne	tano
tre	fire	fem

6	**7**	**8**
sita	saba	nane
seks	syv	otte

9	**10**	**11**
tisa	kumi	kumi na moja
ni	ti	elleve

12

kumi na mbili

tolv

13

kumi na tatu

tretten

14

kumi na nne

fjorten

15

kumi na tano

femten

16

kumi na sita

seksten

17

kumi na saba

sytten

18

kumi na nane

atten

19

kumi na tisa

nitten

20

ishirini

tyve

100

mia

hundrede

1.000

elfu

tusinde

1.000.000

milioni

million

Kiingereza

engelsk

Kiingereza cha Marekani

amerikansk engelsk

Kimandarini cha Uchina

kinesisk mandarin

Kihindi

hindi

Kihispania

spansk

Kifaransa

fransk

Kiarabu

arabisk

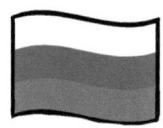

Kirusi

russisk

Kireno

portugisisk

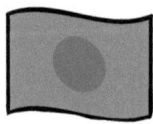

Kibengali

bengalsk

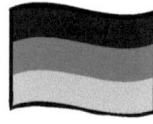

Kijerumani

tysk

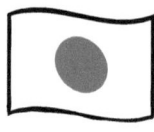

Kijapani

japansk

mimi

jeg

wewe

du

yeye / yeye / ni

han / hun / den / det

sisi

vi

wewe

I

wao

de

nani?

hvem?

nini?

hvad?

jinsi gani?

hvordan?

wapi?

hvor?

lini?

hvornår?

jina

navn

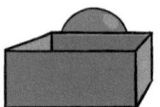

nyuma

bag

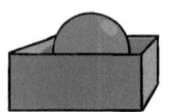

katika

i

mbele ya

foran

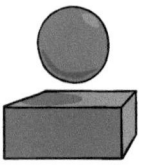

juu ya

over

kwenye

på

chini ya

under

kando

ved siden af

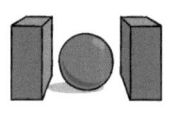

kati

imellem

mahali

sted